போகிற போக்கில்...

குறுங்கவிதைகள்

சந்திரா மனோகரன் *MA., MTh., Dip.in.JMC.,*

NOTION PRESS

NOTION PRESS

India. Singapore. Malaysia.

Published by Notion Press 2017

ISBN xxx-x-xxxxx-xx-x

நூல் : போகிற போக்கில்

வகைமை : குறுங்கவிதைகள்

ஆசிரியர்: சந்திரா மனோகரன்

காப்புரிமை: ஆசிரியருக்கு

முதல் பதிப்பு : 2024

நூல் வடிவமைப்பு : திரு. ஜெனோ, பெருந்துறை

பக்கங்கள்: 111

வெளியீடு: Notion Press

தொடர்பு: 45-A, டெலிகாம் சிட்டி,
செங்கோடம்பாளையம், திண்டல் அஞ்சல்
ஈரோடு - 638012

அலைபேசி எண்: 94438 41122, 96559 20002

மின்னஞ்சல்: chandramanoharan.n@gmail.com

Contents

என்னுரை

எனக்கானது...

நித்திரை கலைந்து
மனவமைதியில்
போகிற போக்கில்...

கால்களில் இடறியது
இயற்கை!
மனசுள்
நிட்களமான
சொற்கள்
நிர்ப்பந்தமற்ற
யதார்த்தமான
சொற் சேர்க்கை

சொரூபம் மிக்கவை
அவை!

- சந்திரா மனோகரன்

குறுங்கவிதைகள்

1

கொள்ளைபோனது

வீடு

பேரிழப்பு

நிலைகுலையாமலிருந்தது

நிலைப்பேழை

அதனுள்ளே

இன்னொரு

வீடு.

2

வீட்டில்

பாலில்லை

தாய் அறிவாள்

கையில்

காசில்லை

தந்தைக்குத் தெரியும்

எப்பொழுது

விடியும்?

மழலைக்குத் தெரியுமா?

3

எங்கிருந்தோ

தவழ்ந்து வந்த

சருகுக்கு

அப்படி என்ன

குறுஞ்சிரிப்பு!

முற்றத்தில்

மாக்கோலம்

யாருக்குச்

சொந்தம்

அந்த விரல்கள்?

4

ஏன் இந்தக்
குமிண்சிரிப்பு
இருக்காதா பின்னே
வராதவன்
வந்திருக்கிறான்
வாசலிலேயே
அணைத்தவாறு
வெகு நேரம்
நனைகிறேன்
வந்தவன் ---
போனவருடத்து மழை !

5

கவலை ததும்பும்

கசங்கிய முகங்கள் !

நதிக்கரையில்

எரியுண்ட

சாம்பலை

சேமிக்கிறார்கள்

ஆனால் --

நதிக்குக் கவலையில்லை

6

உகளித்த பயணம்

முடிந்தது

வீடு வந்தாயிற்று

குப்புறக் கவிழ்த்தேன்

பயணப் பையை

உள்ளே--

தீராத

அனுப்பும்

திகட்டும்

அழுக்கும்

7

கற்பாறையை

யாரோ

பிளக்கும்

பேரொலி

இவ்வளவு காலம்

நீ

உள்ளேயா

உறைந்து கிடந்தாய்

--மௌனம் !

8

கனையிருளில்

கொட்டுகின்ற

ஐப்பசி மழைக்கு

விழிகள் இல்லை

அனைத்தும்

அழித்துத்

துடைத்தெடுக்கிறது

ஆனாலும் --

எனக்கு

மழை பிடித்திருக்கிறது !

9

இனியது இனியது

இல்லறம்

எனக்கானது

அடுக்களை

அவளுக்கானது

பூந்தோட்டம்

எங்களுக்கானது

வாழ்க்கை.

இனியது இனியது

இரவுகளும் !

10

தீபிகையும்

அணைந்து போயிற்று

தோய் பனியில்

உலகம் உறங்குகிறது

அவன்

அடிவயிறு மட்டும்

எரிகிறது

தீப்பசியில் !

11

பலகணிகள்

திறந்தே கிடக்கின்றன

அடர் மரத்தில்

அடைக்கலான் குருவிகளின்

ஆரவாரித்தல்

அவைகள் அறியுமா ?

இது

சாவு வீடு என்று.

12

ஒள்ளொளியில்

பரவும்

தென்றலின்

அரவணைப்பில்

என் கண்கள்

எதைத் தேடுகின்றன ?

பெயரறியாப் பூவின்

நறுமணத்தை.

13

என்னே

விம்மிதம்!

என் விரல்களுக்குள்

சிதைக்கப்பட்ட

சொற்களில்

வேறு யாரோ

எழுதுகிறார்கள்

என் கவிதையை.

14

யாரோ

தீம்புக்காக வைத்த

தீப்பொறியில்

கருநிற

வாலைச் சுருட்டியவாறு

ஓடிற்று --

புகை !

15

கரித்துண்டு

தீட்டிய

சித்திரத்துக்குள்

தொலைந்து போனான்

ஓவியன்

இப்பொழுது

இரண்டு ஓவியங்கள் !

16

உம்மேல்

வைத்த விழி

வாங்காமல்

பார்த்துக்கொண்டேயிருந்தால்...

பார்க்கப் பார்க்கப்

பதுங்குகிறாயே ---

என் கண்களுக்குள் !

17

பயனற்ற

மரத்தை

வெட்டி சாய்த்தாயிற்று

வீழ்ந்த

மரத்தை

விற்றுக் காசாக்கியாயிற்று

ஆக ....

மரம் பயனுள்ளதுதான் !

18

திரைச்சீலையை

விலக்கியதும்

வெண்மையாய்

ஏதோ - துண்டு துண்டாய்

அடைக்க புடைக்க

வந்து விழுந்தன

வீட்டுக்குள் ---

நிலாத் துணிக்கைகள் !

19

நாலுகால் பாய்ச்சலில்

பல்லியொன்று

நாள்காட்டியில்

அப்படியென்ன

பார்க்கிறது ?

நாளும்

நட்சத்திரமும் !

20

ஏறுபொழுதில்

யார்

தட்டி எழுப்புவதாம்

பாய் மீது

உறங்கும்

காலை வெயிலை !

21

சொல்லாமலே

குசாலில்

வந்து விசிறும்

காற்றுக்கு

யாரும்

சொல்லியனுப்பவில்லை

--இது இழவு வீடென்று.

22

பெருவனம் போல்

பெருகிக் கிடக்கும்

ஏரியில்

தவறி விழுந்த

நெகிழிக்கு ----

ஓர்

இன்பச்சுற்றுலா !

23

எரிந்தும்

தீர்ந்தும்போன

வீட்டின்

மிச்சத்திலிருந்து

எழும்பிக்

கொக்கரிக்கும்

தீக்காற்று ---

அடுத்த வீட்டைக்

கொளுத்தவோ?

24

துந்துமியில்

நனையும்

இந்த

நுண் செடிகளுக்குக்

கரங்கள் உண்டா...

பெருமழையையும்

தாங்கிப்

பிடிக்கிறதே !

25

உள்ளங்கால் பட்ட
காலி நிலம் !

கவலையில்லை

விடுங்கள் -

வீடுகள்

முளைத்தாயிற்று

பரவாயில்லையே!

இனி --

குப்பைமேடுதான் !

26

கொடுந்துயரில்

நீண்ட நாட்கள்

மனைக்குள்

முடங்கிக் கிடந்து...

கதவு திறந்ததும்

தப்பிச் சென்றது

சுருண்டு கிடந்த

இருள்!

27

ஒதுங்கி இருக்கும்

இரகசியம்

அடைபட்டு

தன்னந்தனியே

அல்லலறுகிறது

அதற்கு

விடுதலை

வேண்டுமாம் -

சிறைவீட்டிலிருந்து

28

மனம்

போன போக்கில்

பிடிபடாமல்

நழுவும் சொற்கள்

எப்படியோ

ஒடுங்கிப்போய்

விடுகின்றன

என் - புனைவுகளுக்குள்!

29

விருக்கத்தின்

கிளைகளை மட்டுமா

ஓட்டவெட்டிச்

சாய்க்கிறார்கள்...

ஒதுக்கிடமென

ஒட்டியிருக்கும்

பறவையிறகுகளையும்

30

சிங்கார பொம்மைகள்

விற்பவனை

வாசலிலிருந்து

விரட்டியவளுக்கு

இன்னொரு

பெயருண்டு

- ஈனாதவள்!

31

கிணற்றடியில்

குவிந்து

கிடக்கின்றன

காலிக் குடங்கள்

மட்டுமா !

அடுத்த வீட்டுக் குப்பைக்

கதைகளும்

32

கீழ்மகனைப்போல்

வரும்

கடுங்காற்றைக்

கைது பண்ண முடியுமா?

தடையின்றி

கவர்ந்து செல்கிறது

பூக்களின்

சுகந்தத்தை.

33

அங்காடித்தெருவில்

பிரக்ஞையற்றுக்

கிடக்கிறது

ஒரு முதிர்ந்த இலை

அருகருகே

அதட்டும்

மிதியடிகள்.

34

பாற்கதிர் சிந்திய

பலகணி வழியே

பாய்ந்தோடும்

பரிதிக்குப்

பேராவல்

முதலில் யார்

முகத்தில்

விழிக்கப்

போகிறேனோ?

35

நடுங்கும்

விரல்களுக்குள்

ஊசியும் நூலும்

நிலை

தடுமாறும்

விழிகளுக்குள் -

தெரிகிறாள்

பாட்டி !

36

தச்சனின்

குரோதம்!

உளிவெட்டில்

மரம் சிதைகிறது

அது --

ஏதோ ஒரு

பட்சியின்

பழைய குடில்.

37

ஊர் உலகம்

சுற்றி முடிந்து

வீடு

திரும்பியதும்

ஓய்வு கொடுத்தேன்

என் வீட்டைச்

சுற்றிச் சுற்றி வந்த

வளர்ப்பு நாய்க்கு.

38

ஆளற்ற வெளியில்

மயில்

அலைகிறது

இரை தேடி

வாசலில்

ஒரு சிறுவன்

காத்திருக்கிறான்

ஒரே ஒரு

இறகுக்காக

39

வைத்த விழி

வாங்காமல்

வரைய

வரைய...

மெல்லத்

தேய்ந்து

மறையட்டும்

இந்தச் சந்திரன்!

ஓவியம்

நித்தியம்.

40

'நேற்று'

எப்படித் தொலைந்தது ?

அதற்கு

'இன்று'

பதில் கிடைத்தது

'எப்படியோ

எல்லாமே

தொலைந்தது'

41

மழையின்

இமிழ்!

நனையும் ஊர்க்குருவி

கொடிமாதுளைக்

கிளையையை விட்டுத்

தாவுகிறது

அவள் பூங்கரங்களுக்கு.

42

வான்வெளியை

வருடுவதற்கு

என்

பாடல்களுக்கு

சிறகுகள் தந்தவள்

பின்னர்

ஒரு

தாரகையாகிப்

போனாள்!

43

இந்த

ஈரந்திக்குள்

தொலைந்துபோன

என்னைத்

தேடாதீர்கள்

ஒருவேளை

'நாளைக்குள்'ளூம்

இருப்பேன்

நானாகவே !

44

தீவட்டிபோல்

எரியும்

அடியொத்தகாலத்தில்

விழிபிதுங்கிக்

கிடக்கும்

கடல்

அறியுமா

கரையில் தவிக்கும்

மீனவனின்

ஏக்கத்தை.

45

வடியாமல்

ஒழுகாமல்

தேங்கும்

மழைத் தாரையில்

உடையாத

தீபம் போல்

மழலையின்

சிறு கப்பல்.

46

அந்த

அறைக்கட்டுக்குள்

துறக்கம்!

அங்கேயே இருவரும்

வாழ்ந்துவிட்டு

முடிவுகட்டி

காணாமல் போனார்கள்

அந்த

அறைக்குள்ளேயே !

47

சொற்களே !

கொஞ்சம்

கவனியுங்கள்

என்

சொல்லாழத்தை

அப்பொழுது -

நீங்கள்

ஒரு

நயமொழியாவீர்கள்!

48

விருட்சத்தின்

இலைகளுக்குள்

உடைந்துகிடக்கும்

மழைத் துளியை

வேவு பார்க்கும்

பனிப்பகையின்

பேரொளி

49

என்ன வெறி !

அந்த

வீட்டை

உடைத்து

நொறுக்கி

சிதைத்துப் போட்டனரே

பாவம்

--நத்தைக் கூடு !

50

தத்தளித்துத்

ததும்பும்

ஓடத்திலிருந்து

கரைக்குத்

தப்பிய

அபயக்குரல்கள் !

51

நள்ளிருள்

உடைந்து

வைகறையின்

செல்லச்சிரிப்பில்

கனவுகளுமா

நொறுங்கவேண்டும்?

52

கீழறையில்

கிடக்கும் பொம்மை

தவிக்கிறது

மேலறையில்

என்ன சத்தம்? -

குழந்தை

அழுகிறது

53

துண்டு

துண்டுகளாக

உடைபட்டு

விழும்

கண்ணீர்த் துளிகளுக்கு

எந்த விழிகள்

சொந்தம் ?

54

வெகுண்டு

மிரண்டு

பறந்து

தப்பிய

பறவைக்குத்

தெரியாது !

வேறொரு வலை

காத்திருக்கிறது !

55

கட்டிலின்

கால்கள்

கழண்டு

சரிந்தன

சுமை தாங்காமல் -

முதிர்ந்த

உடல் !

56

ஒரே

பட்சியைப்

பார்க்கும்

நம் விழிகள்

ஆனாலும் --

இரண்டு

பறவைகள் !

57

ஆர்ப்பரித்து

சீறும்

அலைகளுக்கு

அப்படியென்ன

அவசரம்

கரையில்

தீட்டிய

காற்சுவடுகளை

அழிப்பதற்கு!

58

மரக்கிளையில்

தூக்கிட்டுத்

தற்கொலையா?

அடப்பாவமே,

என்னமாய்

ஆலவட்டம் போட்டது

அந்த

நெகிழி!

59

ஏகாந்தமாய்

விரிந்து கிடக்கும்

பெருவெளியில்

என்னே மமதை

நீட்டி நெளிந்து

வளையும்

இந்தப்

புற்களுக்கு !

60

வெறியாட்டில்

மரங்களைத்

துண்டித்த

கயவர்கள்

கடத்துகிறார்கள்

பறவைகளின்

இறகுகளையும்.

61

அதிர்வு

அசைவு

எதுவுமின்றி

விழுந்தது

' நேற்று '

' நாளை ' க்கும்

இதே

கதிதானோ ?

62

மெனக்கெட்டு

மேலே

எழுவதும்

கீழே

தாழ

விழுவதும் ....

என்னே

சாலக்கு

இந்த

அலைகளுக்கு !

63

என்ன

கோலமோ

கடந்த

காலமும்

தீர்ந்து விட்டது

இனி

வருங்காலமும்

ஒழிந்து போகும் --

நாளைக்கு !

64

ஒளியைக்

களவாட

வருகிறான்

கள்வன்

காலடியோசை

கேட்கிறது --

வெருட்டும்

இருட்டுதான்!

65

என்னமாய்

கனக்கிறது

இந்த

இருள் சுமை !

வேதனை

சோதனை

ஒளியின்

பிடரிக்கு !

66

யார்

அங்கே ?

தென்றலா...

போ ! போ !

பூவின்

நன்மணத்தை

அபகரித்து வா !

67

ஒரே ஒரு

வானம்தான்

கடந்து ..கடந்து

தீராதது

ஆனாலும் --

தோற்பு இல்லை அந்தப்

பறவைக்கு.

68

அடா மழைக்கு

அப்படியொரு

வெறியாட்டம்

தெருவோர

சித்திரங்களைத்

துடைத்தெடுக்கிறது

ஆனாலும் ....

நிமிர்ந்து நிற்கும்

தூரிகை !

69

ஆகச் சிறந்த

எழுத்தாளன்

எடுத்துவிட்டான்

எழுத்தாணியை.

இனி --

சொற்கள்

பாவம் !

70

சிறு கிளைகள்

மழலைகளின்

குறுங்கரங்கள்

அதை --

உரசும்

முதிர்காற்று

அறியுமா?

71

மலர்த்திரளின்

மென்மையைத்

தீட்டிய

ஓவியன்

திகைத்துப் போனான் -

அதட்டும்

கருமேகம்

72

எதை அப்படி

துருவித் துருவித்

தேடி

அலைகிறான்?

தும்பினிபோல்

அள்ளிருளில்

கண்ட

கனவை.

73

விம்மியழும்

மழலைக்கு

பாற்ச் சோறு

புகட்டினேன்

மீண்டும் மீண்டும்

அழுதது

வானத்தைக் காட்டி -

நிலவை

யார்

திருடினது ?

74

எல்லிருள்

கடந்தும்

படுக்கை

இரண்டாயிற்று

சற்றே

மனத்தாங்கல்

முற்றத்தில்

தனித்தனியே

மிதியடிகள் !

75

என் வீட்டுச்

சாளரத்தில்

நெகிழி போல்

ஊசலாடும்

ஓர் இறகு

சிறகிழிந்த

பறவைக்கு

என்ன பதில் ?

திகைப்பில்

பெருங்காற்று.

76

பொழுது

விழுந்தாயிற்று

பழுத்த இலைபோல்!

இருட்டை

அணிந்தவளின்

அரசாட்சியில்

ஒளிக்கு

சிறைவைப்பு!

77

என் மேலாடை

பூரா

பின்னிக்கிடக்கும்

மலரோவியங்கள்

படபடப்பு

ஓயவில்லை

இன்னும் -

பட்டாம்பூச்சிக்கு -

78

நீர்த்தேக்கத்துக்குள்

ஒரே

துர்வாடை

ஏன்

நீரைப்

பூட்டிவைக்கவேண்டும்?

79

மரம்
ஒன்றையே
தொழுதுவரும்
மூதாட்டியை
ஒருநாள்
காணவில்லை.
கிராமமே
தேடிற்று
அவள்
அம்மரத்துக்குள்
இருந்தாள்.

80

வாசலில்

வாடிக்கிடந்த

பூக்களை

வாருகிறவனுக்குத்

தெரியுமா -

செத்த பூக்களை

பட்டாம்பூச்சிகள்

விரும்புவதில்லை என்பது.

81

மரத்தை

வெட்டி

சாய்த்தவன்

வீட்டு முற்றத்தில்

இரண்டு பட்சிகளின்

முணுமுணுப்பு:

'தங்குவதற்கு

வீடு

கிடைக்குமா?'

82

ஏன்

வாசிக்க வேண்டும் ?

எதற்கு

வாசிக்க வேண்டும்?

எதையாவது

வாசிக்கவில்லையேயென்று

எவன் கேட்பான்?

வாசிப்பிலிருந்து

தொலைந்து போனவன்

ஒரு

தீவாகிப் போனான்.

83

சின்னஞ்சிறு
இலந்தை மர
இலைகளின்
பிம்பம் !
அசைவும்
ஆட்டமும்
திகைப்பில்
ஓவியன்
தூரிகையைத்
தூர
எறிகிறான் !

84

அப்பா

படுக்கை

காலி

நம்பினார்கள்

அப்பா

இன்னமும்

அங்கே

வாழ்கிறார்

நம்பினேன்!

85

வீட்டின்

சுவரில்

தொங்கிக் கொண்டிருக்கும்

புலித்தோல்

வாழ்ந்துகொண்டிருக்கிறது

உள்ளே

இன்னும்

புலி !

86

அவள்

என்னை

அழைப்பதை

பலகணி வழியே

பார்க்கிறேன்

தொட்டுவிடும்

தூரம்தான்

அவள்

உறங்கும்

கல்லறை !

87

அவள்தான்

அழைக்கிறாள்

குரல்

எங்கோ

தொலைவில் ஒலிக்கிறதோ...

ஆனால் --

எனக்குத் தெரியும்

பேச்சொலி

எனக்குள்ளேதான்

ஒலிக்கிறது!

88

உன்னை வீட்டுக்குள்

தேட வந்தேன்

நீ வீட்டில் இல்லை

என்றாய்

நீ வீட்டில் இல்லை என்பது

எனக்குத் தெரியும்

அதனால்தான்

தேட வந்தேன் உன்னை

உன்____

வீட்டிற்குள் !

89

அடுக்கடுக்காய்ப்

புடவைகள்

அலமாரிக்குள்

சிறைப்பட்டு...

விடுதலையாக்க

வரும்

கரையான்

படை !

90

பூனைகள்

அலையும் வீதியில்

வீடு

வாடகைக்குக்

கிடைத்தது

உள்ளே

உறங்கிக்கொண்டிருப்பது

வேறு பூனைகள்!

91

நீரோடையில்

நீராடினேன்

மீண்டும்...மீண்டும்

நீருக்குள்

அமிழ்ந்து...அமிழ்ந்து

நீருக்கடியில்

தவறவிட்டேன்

நனைந்த

என் உடலை!

92

சாம்பலுக்குள்

சர்ப்பமாய்

சுருண்ட

அனல் துண்டை

அணைக்கப் போவதில்

அப்படியென்ன

போட்டியோ...

தண்ணீருக்கும்

காற்றுக்கும்

93

கனவுகள்

உறங்கும்

என்

கண்ணீரை

கடுங்கதிரே,

உன்னால்

முடியாது

உலரச்செய்வதற்கு!

94

கனத்த

புத்தகங்கள்

கலைந்து

கிடக்கின்றன

தாறுமாறாக

தவழ்ந்து

விளையாடும்

பல்லிகளும்

கரப்புப்பூச்சிகளும்

95

பதினேழு தடவை

வரைந்த

கோட்டோவியம்

கிழிபட்டது

அதனாலென்ன

பதினேழு துண்டு

ஓவியங்கள்!

96

மழையடையையும்

மழைத்தூவலில்

நனையும்

மங்கையையும்

மாறி மாறிப்

பார்த்தேன்

மழை

பிடித்திருந்தது!

97

மழலையின்

அடம்

மாங்கனிக்கு

பழம் கொத்த

வரும்

பட்சியின்

பார்வையில்

பரிவு !

பறந்தது

வேறு மரம்

தேடி.

98

வனத்தின் அடர்த்தி

அவனுக்கு

நன்றி சொல்லிற்று

பல மரம்

பார்த்த

தச்சன்

ஒரு

மரத்தையும்

சிதைக்க வில்லை!

99

பாசாங்கு

பண்ணும்

அலைகள்

அப்பிய

ஆழ்கடலை

சாலகம் வழியே

கண்ணுற்று

வணங்கினேன்:

'ஊர்

துண்டு பட்டது

போதும்'!

100

என்

சொந்த

இரவுகளின்

சிறு சிறு

பொழுதுகளைக்

களவாட வந்தவள்

கரு நிழலில்

மறைந்து போனாள்__

கடவுளே ...

கனவை ஏன்

கலைத்தாய் !

சந்திரா மனோகரன் நூல்கள்

1. புதினம் : 6

2. கட்டுரை : 4

3. பயணம் : 1

4. கவிதை : 10

5. சிறுகதை : 17

6. மொழி பெயர்ப்பு : 5

மொத்தம் 43 நூல்கள்